ചിറകുള്ള പ്രണയം

WINGS OF LOVE

നവീൻ പാറക്കാടൻ

ഉള്ളടക്കം

ആമുഖം

എൻറെ ഓരോ കഥയും ജനിക്കുന്നത് ഓരോ യാത്രയിൽ നിന്നാണ്. എല്ലാ കഥകളും ഞാൻ ആദ്യം എഴുതുന്നത് എന്റെ ഹൃദയത്തിലാണ്. ഈ കഥ ജനിച്ചത് ഒരു ട്രെയിൻ യാത്രയിലാണ്. ഈ പ്രണയകഥ നിങ്ങളുടെ ഹൃദയത്തിൽ പതിയും എന്ന് ഞാൻ വിശ്വസിക്കുന്നു.

നവീൻ പാറക്കാടൻ

1

ചിറകുള്ള പ്രണയം

ഒരുപാട് ബഹളം ഉള്ള ഒരു കല്യാണ വീട് താലികെട്ടിന് ശേഷം ഇലക്കു മുൻപിൽ വിശപ്പോടെ കാത്തിരിക്കുന്ന ഒരുപാട് പേർ. വെള്ള ചുരിദാർ, കാതിൽ മയിൽപ്പീലി കമ്മലും കണ്ണില് കട്ടികൂടിയ കൺമഷിയും നീട്ടി വരച്ച ഒരു പെൺകുട്ടി ഇലയിലേക്ക് കണ്ണുനട്ടു നോക്കി ഇരിക്കുകയാണ്.

അപ്പോഴാണ് ഒരുപാട് ചേട്ടൻമാർ വരിവരിയായി വന്നു ഇലയിൽ വിളമ്പി പോകുന്നത് അവളുടെ ഇലയിൽ ചോറു വന്നു വീണപ്പോൾ അവൾക്ക് ആശ്വാസമായി. സാമ്പാർ കിട്ടാൻ കാത്തിരിക്കുമ്പോൾ അതാ ബ്ലാക്ക് ഷർട്ടും ഒരു വെള്ളമുണ്ട് ധരിച്ച ഒരു ചേട്ടൻ സാമ്പാർ പാത്രവുമായി വരുന്നു അവളെ ശ്രദ്ധിക്കാതെ അവൻ അവളുടെ ചോറിലേക്ക് സാമ്പാർ ഒഴിക്കുന്നതിന് ഇടയ്ക്ക് അറിയാതെ അവളുടെ വെള്ള ചുരിദാർ സാമ്പാർ വീഴുകയാണ് അവൾ ദേഷ്യത്തോടെ അവനെ അവനെ നോക്കി

പറഞ്ഞു 'എന്താടോ കണ്ണിലെ മുഖത്ത് 'അവൻ അതൊന്നും ശ്രദ്ധിക്കാതെ അടുത്ത ഇലയിൽ സാമ്പാറും വിളമ്പി പൊയ്ക്കൊണ്ടിരിക്കുകയാണ് അവൾ ഉറക്കെ വിളിച്ചു അവൻ തിരിഞ്ഞു നോക്കി കാര്യം മനസ്സിലായപ്പോൾ ഒരു സോറിയും പറഞ്ഞു ഒറ്റ പോക്കാ. അവൾ ഗ്ലാസിലെ വെള്ളം എടുത്തു സ്വന്തം അത് കഴുകി കളയാൻ ശ്രമിച്ചു ഇടയ്ക്ക് അപ്പുറത്തിരിക്കുന്ന ഫ്രണ്ടിനോട് അവനോടുള്ള ദേഷ്യം തീർക്കുന്നുണ്ട്.

ഒരു വലിയ ഓഡിറ്റോറിയം , കെട്ടും കഴിഞ്ഞ ചെക്കനും പെണ്ണും അങ്ങോട്ടുമിങ്ങോട്ടും എക്സ്പ്രഷൻസ് ഇട്ടു കളിക്കുകയാണ് ഫോട്ടോഗ്രാഫർമാർ പറയുന്നതനുസരിച്ച് ഒരുപാടുപേർ ഫുഡ് കഴിച്ചത് അവരുടെ എക്സ്പ്രഷൻ നോക്കി ഇരിക്കുകയാണ്. അപ്പോഴാണ് കയ്യിൽ മൈക്കും പിടിച്ചിട്ട് നമ്മുടെ സാമ്പാർ ആയ ചുരിദാറിട്ട നായിക സ്റ്റേജിലേക്ക് കടന്നു വരുന്നത് എല്ലാവരെയും സ്വാഗതം ചെയ്തത് പൊക്കി പറഞ്ഞു തന്റെ ചുരിദാറിൽ ഒരു നോട്ടം നോക്കി ഇനി ആരെങ്കിലും കാണുന്നുണ്ടോ സാമ്പാർ ആയത്.

2

നല്ല മധുരമുള്ള ശബ്ദം വാക്കുകൾക്ക്
മലയാളത്തനിമ അവളുടെ വർത്താനം
കേട്ടിരുന്നു പോകും പെട്ടെന്ന് അവളുടെ
കണ്ണിൽ അവനെ കണ്ടത് ഇന്ന് അവളുടെ മൂട്
കളഞ്ഞ ചെക്കൻ. അവൻ അവിടെ നല്ല കാറ്റും
കൊണ്ടിരിക്കുന്നുണ്ട് പെട്ടെന്ന് അവൾ പറഞ്ഞു
ഇന്ന് ഞാൻ നിങ്ങളിൽ ഒരാളെ സ്റ്റേജിലേക്ക്
വിളിക്കാം നിങ്ങൾക്ക് ഒരു അവസരം തന്നില്ല
എന്ന് പറയേണ്ടല്ലോ , ബാക്കിൽ ബ്ലാക്ക് ഷർട്ട്
ഇട്ട ചേട്ടൻ ഒന്ന് വരുമോ ചേട്ടനു എല്ലാരും ഒരു
കൈയ്യടി കൊടുക്കു ചേട്ടൻ വരട്ടെ...ഇത്
കേട്ടപാടെ അവൻ പുറത്തേക്ക് പോയി
കൂടെയുണ്ടായിരുന്ന നാലഞ്ച് ഫ്രണ്ട്സ്
അവനെയും പൊക്കി സ്റ്റേജിലേക്ക്
കൊണ്ടുവന്നു അവൻ ആകെ
വിയർക്കുന്നുണ്ടായിരുന്നു അവൻറെ ഉള്ളിലെ
സാമ്പാർ അറിയാതെ വീണ സീൻ ഓർമ്മ വന്നു
അവളുടെ മുഖത്ത് ഒരു നല്ല ചിരി ഉണ്ടായിരുന്നു
ശത്രുവിനെ ഒറ്റയ്ക്ക് കയ്യിൽ കിട്ടിയ ഫീൽ
അവൾ അവളുടെ കയ്യിലുള്ള മൈക്ക് അവനു

നേരെ നീട്ടി ചേട്ടാ ഇനി നിങ്ങടെ അവസരമാണ് ആണ് ചേട്ടൻ പൊളിക്കും , അവൻ മനസ്സില്ലാമനസ്സോടെ അവളുടെ കയ്യിൽ നിന്ന് മൈക്ക് വാങ്ങി കുറെ നേരം പകച്ചുനിന്നു ഒന്നു കണ്ണടച്ച് ഇടറിയ ശബ്ദം കൊണ്ട് അവൻ പറഞ്ഞു തുടങ്ങി ജീവിതത്തിൽ നിങ്ങൾ ഒരു തെറ്റ് ചെയ്താൽ അതിന് സോറി പറയണം എന്നെ ഇപ്പോ ഈ സ്റ്റേജില് കൊണ്ടെത്തിച്ചത് സോറി പറഞ്ഞിട്ടും ക്ഷമിക്കാത്ത ഒരു സാമ്പാർ ആണ്.

മുമ്പിൽ കേട്ടിരിക്കുന്ന കണ്ണുകൾ എന്താണെന്ന്
പറയുന്നത് മനസ്സിലാവാതെ പകച്ചുനിന്നു
അവളുടെ കണ്ണുകളിൽ അവന് പണി കൊടുത്ത
ഒരു സന്തോഷം.
പക്ഷേ അവൻ പറഞ്ഞു തുടങ്ങി ജീവിതത്തിൽ
ഒരുപാട് ആഗ്രഹമായിരുന്നു ഇങ്ങനെ ഒരു
സ്റ്റേജിലെ വന്നു നിന്ന് ഒരു രണ്ടു വാക്ക്
പറയാൻ അതിന് അവസരം നൽകിയ ഈ
ഉണ്ടക്കണ്ണി പെണ്ണിന് ഒരുപാട് നന്ദി. അതും
പറഞ്ഞ് അവൻ തുടർന്നു 'അമ്മതൻ
നേത്രത്തിൽ നിന്നുതിർന്നൂ ചുടുകണ്ണീർ
ഭൂതപ്പാട്ട് ആണ് തൻറെ കുട്ടിയെ കിട്ടാൻ അമ്മ
തൻറെ കണ്ണ് ചൂഴ്ന്ന് കൊടുത്തു ഭൂതത്തിന്
എന്നിട്ടും ഭൂതം കുട്ടിയെ മാറ്റിയപ്പോൾ
അമ്മയ്ക്ക് മനസ്സിലായി അത് എൻറെ കുഞ്ഞ്
അല്ലാന്ന് അത്രത്തോളം വരും ഒരു അമ്മയുടെ
മഹാത്മ്യം പണ്ട് മഴപെയ്യുന്ന കാലത്ത് അമ്മ
പറയും മഴയത്തിറങ്ങി കളിക്കല്ലെ എന്നിട്ടും ആ
ഒരു കുളിര് അനുഭവിക്കാൻ നമ്മൾ മഴയിൽ
ഇറങ്ങി അവസാനം പനി പിടിച്ചു
കിടക്കുമ്പോൾ ഈ അമ്മയാണ് കൂടെ
ഉണ്ടാവുക , നമ്മുടെ പ്രണയം അമ്മയോട്
ആവണം ഇതും പറഞ്ഞ് അവസാനിപ്പിച്ചപ്പോൾ
ചുറ്റും നിശബ്ദത മാത്രമായിരുന്നു
കുറച്ചുകഴിഞ്ഞ് കയ്യടികൾ ചുറ്റും.

തൻറെ കയ്യിലുള്ള മൈക്ക് അവൾക്ക്
കൊടുത്തിട്ട് അവൻ സ്റ്റേജിൽ നിന്ന് ഇറങ്ങി
നടന്നു എല്ലാവരും അവനെ
നോക്കുന്നുണ്ടായിരുന്നു അവളുടെ നെഞ്ച് ഒന്ന്
പിടച്ചു അവൻറെ മുഖത്ത് ഒരുപാട്
സന്തോഷവും ചെറിയ വേദനയും
എല്ലാവർക്കും കാണാൻ പറ്റുന്നുണ്ടായിരുന്നു
തൻറെ പ്രോഗ്രാം അവസാനിച്ചപ്പോൾ അവൾ
അവനെയും തേടി നടന്നു

അവനെ അവിടെ ഒന്നും
കാണാനുണ്ടായിരുന്നില്ല അവസാനം കണ്ടു
അവനെ കയ്യിൽ മൊബൈൽ പിടിച്ചു ഒറ്റയ്ക്ക്
ഇരിക്കുകയായിരുന്നു അവൾ പുറകിലൂടെ
ചെന്ന് അവനെ ഒന്ന് തട്ടിവിളിച്ചു അവൻ
തിരിഞ്ഞു നോക്കി നോക്കി ഒന്നും മിണ്ടാതെ.
അവൾ സോറി പറഞ്ഞു 'ഇയാൾക്ക് വിഷമം
ആയിട്ടുണ്ടെങ്കിൽ എങ്കിൽ ക്ഷമിക്കുക' എന്റെ
എന്റെ ചുരിദാറിന് സാമ്പാർ ആയപ്പോ
എനിക്ക് ഭയങ്കര ദേഷ്യം വന്നിരുന്നു.
അവൻ അതു കുഴപ്പമില്ല എന്ന് പറഞ്ഞു
തിരിഞ്ഞിരുന്നു അവൾക്ക് അവനോട് ഇനിയും
മിണ്ടണം എന്ന ഉണ്ടായിരുന്നു പക്ഷേ അവന്
അതിന് അവസരം കൊടുത്തില്ല അവൾ നാടും
വീടും ചോദിച്ച അറിയുമ്പോൾ അവൻ ഒരു
കോൾ വന്നു അവിടെനിന്ന് എണീറ്റ് കോളിൽ
സംസാരിച്ചുകൊണ്ടിരുന്നു.
അവൾ അവനെ വെയിറ്റ് ചെയ്തു അവൾ
അവനോട് അവസാനം ചോദിച്ചു ഇൻസ്റ്റഗ്രാം
ഐഡി ഉണ്ടോ ,അവൻ എസ് എന്നു പറഞ്ഞു
അവൾ ഐഡി ചോദിച്ചു അവൻ പറഞ്ഞു "RJ
NAVI" അവൾ ധൃതി പിടിച്ച് അപ്പോൾ തന്നെ
ഇൻസ്റ്റഗ്രാം ഓപ്പൺ ആക്കി അതിൽ ടൈപ്പ്
ചെയ്തു അപ്പോൾ കണ്ടത് 150k
ഫോളോവേഴ്സ് ഉള്ള ഒരു അക്കൗണ്ട്

ഞെട്ടിപ്പോയി അപ്പോഴേക്കും
തിരിഞ്ഞുനോക്കിയപ്പോൾ അവനെ കാണാനില്ല
അവൾ അപ്പോൾ തന്നെ ഒരു മെസ്സേജ്
അയച്ചു

അവൾ ഒരുപാട് കാത്തിരുന്നു RJ നവിയുടെ
ഇൻസ്റ്റഗ്രാം മെസ്സേജിനായി...

അവൻ ഇൻസ്റ്റഗ്രാമിൽ പോസ്റ്റ് ചെയ്ത 234
വീഡിയോസ് അവൾ മാറി മാറി കണ്ടു
കൊണ്ടിരുന്നു അവൾക്ക് സങ്കടം വരുമ്പോഴും
സന്തോഷം വരുമ്പോഴും അവന്റെ
പ്രൊഫൈലിൽ കയറി ആ വീഡിയോസ്
കാണലായിരുന്നു പണി.

അവൻറെ ഓരോ പുതിയ വീഡിയോസിനും
അവൾ കാത്തിരുന്നു . കൂടുതലും പ്രണയവും
പച്ചയായ ജീവിത സത്യങ്ങൾ ആണ് അവൻ
വീഡിയോസിൽ പറയാറ്, അവൾക്കു
കൂടുതലും ഇഷ്ടം അവന്റെ കണ്ണുകളിൽ
നോക്കി അവൻ പ്രണയം പറയുന്നത്
കണ്ടിരിക്കാൻ ആണ് അത് മാത്രം മതി
അവളുടെ അടിവയറ്റിലും ഹൃദയത്തിലും
പ്രണയമഴ പെയ്യാൻ.
അവൻറെ വീഡിയോസ് താഴെ പെൺകുട്ടികൾ
ഇടുന്ന കമൻറ്സ് അവളെ അസൂയ
പെടുത്താറുണ്ട് ഇപ്പോൾ അവൾ ഒന്നും
വായിക്കാറില്ല.
എന്നും രാവിലെ ഉണർന്നാൽ ഇൻസ്റ്റഗ്രാം
തുറന്ന് അവൻറെ മെസ്സേജ് ഉണ്ടോ എന്ന്

നോക്കും അതൊരു ശീലമായി അവൾക്ക്.
ഒരു ദിവസം യാദൃശ്ചികമായി അവളുടെ
അവളുടെ കൂട്ടുകാരി ടീനയുടെ ഒരു വാട്സാപ്പ്
സ്റ്റാറ്റസ് കാണാനിടയായി അവൾ
ആരാധിക്കുന്ന നവിയുടെ ഒരു കട്ട റൊമാൻറിക്
ടോക്, അവൾ ഉടനെ ഒരു മെസ്സേജ് അയച്ചു

അവൾ : ഇവനെ അറിയോ ???

ടീന : നല്ല കഥ ഇവനെ ആർക്കാണറിയാത്തത്
കോളേജ് മൊത്തം ഇവൻറെ ഫാൻസാ ??

അവൾ : പിന്നെ.. ഫാൻ ആവാൻ മാത്രം
അത്രയ്ക്കൊന്നുല്ല (ദേഷ്യം+അസൂയ)

അന്ന് അവൾക്ക് ഉറക്കം വന്നില്ല അവൾ ഒരുപാട്
മെസ്സേജ് അയച്ചു കൊണ്ടിരുന്നു.
അടുത്ത ദിവസം എന്നത്തെ പോലെ അവൾ
ഇൻസ്റ്റഗ്രാം തുറന്ന് മെസ്സേജ് നോക്കി അതാ
ന വിയുടെ ഒരു മെസ്സേജ്....

RJ നവി : ഹേയ് സാമ്പാർ ഗേൾ ?

അവൾ : ????? ഹോ മൈ ഗോഡ്
ഈയൊരു ദിവസത്തിനായി രണ്ടു മാസവും 4
ഡേയ്സ് കാത്തിരുന്നു.

RJ നവി : എൻറെ ഓർമ്മകളിൽ നീ
ഉണ്ടായിരുന്നു ഞാൻ ഒരു പുതിയ പുസ്തകം
എഴുതുന്നുണ്ട് അതിൽ നമ്മുടെ സാമ്പാർ
സീനുണ്ട്

അവൾ : എൻറെ ജീവിതത്തിൽ ലാലേട്ടൻ

കഴിഞ്ഞാൽ പിന്നെ ഞാൻ ആരെയും ഇത്രയ്ക്ക് ആരാധിച്ചിട്ടില്ല , ഒന്ന് കാണാൻ പറ്റുമോ മാഷേ...

കഴിഞ്ഞാൽ പിന്നെ ഞാൻ ആരെയും ഇത്രയ്ക്ക് ആരാധിച്ചിട്ടില്ല , ഒന്ന് കാണാൻ പറ്റുമോ മാഷേ...

RJ നവി : ഞാൻ ഭയങ്കര തിരക്കിലായിരുന്നു
പുതിയ കഥയും ഓഡിഷൻ ഒക്കെ ആയി .
ഭാഗ്യമുണ്ടെങ്കിൽ അടുത്ത ആഴ്ച തൊട്ട്
നട്ടപ്പാതിരയ്ക്ക് എൻറെ ശബ്ദം കേൾക്കാം .

അവൾ : ഹോ മൈ ഗോഡ് ????? പൊളി മാഷേ
നിങ്ങൾ RJ ആയില്ലേ പിന്നെ ആര് ആവാനാ ,
നിങ്ങൾക്കായി കാത്തിരിക്കുന്നുണ്ട് പ്രണയം
കൊതിക്കുന്ന ഒരുപാട് ഹൃദയങ്ങൾ ....

RJ നവി : എൻറെ ജീവിതത്തിലെ ഇതിലെ
ഏറ്റവും വലിയ സ്വപ്നമാണ് ഞാൻ കാരണം
ഒരു നൂറ് പേരുടെ ഹൃദയത്തിൽ പ്രണയം
ഉണ്ടാവുന്നത് അവർ എനിക്കായി
കാത്തിരിക്കുന്നതും...

അവൾ : നിങ്ങൾ പ്രണയം പറയുന്നത്
കാതോർക്കാൻ ഈ സാമ്പാർ പെണ്ണും ഉണ്ടാവും
ട്ടോ... നിങ്ങളെ ഒന്ന് എനിക്ക് നേരിട്ട് കാണണം
മാഷേ അതാണ് എൻറെ സ്വപ്നം ഇപ്പോ...

RJ നവി : എൻറെ ആദ്യത്തെ പ്രോഗ്രാം
കഴിഞ്ഞു ഞാൻ ഇറങ്ങുമ്പോൾ നമുക്ക് കാണാം
നീ വന്നാൽ മതി (മഴവിൽ എഫ് എം
സ്റ്റുഡിയോ)

അവൾ : ഞാൻ അവിടെ കാണും മാഷേ എൻറെ ഹൃദയങ്ങൾക്ക് നിങ്ങളുടെ കണ്ണുകളോട് ഒരുപാട് കഥ പറയാനുണ്ട്.....

RJ നവി : ഒരു പ്രണയകഥക്കുള്ള സ്കോപ്പ് ഉണ്ടോ ???

അവൾ : കാത്തിരുന്ന കാണാം ... ഇങ്ങനെ പോയാൽ പ്രണയം തലയ്ക്ക് പിടിച്ച വട്ടായ ഒരു പെണ്ണിൻറെ കഥയായി മാറും കഥ ? ഞാൻ ഒന്നു വിളിക്കട്ടെ നിങ്ങളെ ???

RJ നവി : ഹി ഹി ..... ഇന്ന് ഇത്തിരി തിരക്കിലാ നാളെ വിളിച്ചോ ..

പ്രണയം തുടരും ???❣??...

അവരുടെ ആദ്യ കോൾ തന്നെ 5 മണിക്കൂർ
നീണ്ടുനിന്നു , രണ്ടുപേർക്കും പറഞ്ഞുതീരാത്ത
ഒരുപാട് കഥകളുണ്ട് രണ്ടുപേരും
കൊതിയോടെ അങ്ങോട്ടുമിങ്ങോട്ടും ഒരിക്കലും
തീരാതെ സംസാരിച്ചുകൊണ്ടിരുന്നു അവസാനം
ഉറങ്ങാൻ വരെ മറന്നു പോയി.
പ്രണയവും ജീവിതവും ആരോടും പറയാത്ത
ഒരുപാട് ചിന്തകളും പറഞ്ഞു തീരില്ല എന്ന്
രണ്ടുപേർക്കും മനസ്സിലായി ഓരോ ചിന്തകൾ
കേൾക്കുമ്പോഴും അവരുടെ അടിവയറ്റിൽ
മഞ്ഞ പെയ്തുകൊണ്ടേയിരുന്നു.
ജീവിതത്തിൽ ഇതുവരെ ആദ്യ കോളിൽ ഒരു
ചെക്കനുമായി ഇത്രയൊന്നും അവൾ
മിണ്ടിയിടില്ല ആരും ഇത്രയ്ക്ക് ഭ്രാന്ത്
പിടിപ്പിച്ചിട്ടില്ല.
അവളുടെ ഹൃദയത്തിൽ ഇതുവരെ കിട്ടാത്ത
ഒരു വല്ലാത്ത പ്രണയവും ആരാധനയും
സന്തോഷവും നിറകവിഞ്ഞൊഴുകി.
RJ നവിക്ക് ആണെങ്കിൽ പറഞ്ഞു തീരുന്നില്ല
പറയും തോറും എന്തൊക്കെയോ ഇനിയും
പറയാൻ തോന്നി കൊണ്ടിരുന്നു ഒരിക്കലും
അവസാനിക്കാത്ത ഒരു ഒരു ഫീൽ.

അവൻറെ ശബ്ദം അവളുടെ ഹൃദയവും
ശരീരവും പ്രണയം കൊണ്ട് ചൂട്
പിടിപ്പിക്കുന്നുണ്ടായിരുന്നു അവളത് പറയാതെ
പറയുന്നു ഉണ്ടായിരുന്നു.
അവരുടെ ഹൃദയങ്ങൾ വേഗം അടുത്തു എന്നും
അവർ ഹൃദയങ്ങൾ പങ്കിട്ടു കൊണ്ടേയിരുന്നു.

അടുത്ത ദിവസമാണ് RJ നവിയുടെ
ജീവിതത്തിൽ ഒരുപാട് ആഗ്രഹിച്ചസ്വപ്നം
നടക്കാൻ പോകുന്നു ദിനം (love bites @fm) .
അവർ രണ്ടുപേരും അന്ന് കാണാൻ
തീരുമാനിച്ചു , ഞാൻ എൻറെ സ്വപ്നം
ലോകത്തുനിന്ന് നിറപുഞ്ചിരി ആയി ഇറങ്ങി
വരുമ്പോൾ നീ എൻറെ മുമ്പിൽ ഉണ്ടാവണം
എന്നിട്ട് നിൻറെ കണ്ണിൽ നോക്കി പറയണം ഇത്
നിൻറെ സ്വന്തം RJ നവിയാണെന്ന്.

നീ നിന്റെ സ്വപ്നം തീർത്തു വരുമ്പോൾ ഞാൻ
അവിടെ ഉണ്ടാവും ചെക്കാ...... എന്റെ
ജീവിതത്തിൽ ഞാൻ ഒരുപാട് കാത്തിരുന്നു
കൊതിച്ചു കിട്ടിയ ഒരു ദിനമായിരിക്കും
അന്ന്,നിന്റെ കണ്ണിൽ നോക്കി എനിക്ക്
പറയണം ഞാനാണ് നിന്റെ ബെസ്റ്റ്
ഫാൻ.......
അവള്ക്ക് അന്ന് ഉറക്കം വന്നില്ല അവളുടെ
ഹൃദയം ഒരുപാട് മിടിച്ച് കൊണ്ടിരുന്നു
അവൾക്ക് ഉറപ്പായിരുന്നു അവനെ കണ്ടാൽ
അവന്റെ കണ്ണുകളിൽ നോക്കിയാൽ അവൾ
അവനിൽ അലിഞ്ഞു പോകുമെന്ന്.
അവൻ ആണോൽ ജീവിതത്തിൽ ഏറ്റവും
കൂടുതൽ ആഗ്രഹിച്ച മോഹവും അവന്റെ
മോഹങ്ങൾ അറിയുന്ന പെണ്ണിനെ കാണാൻ
പോകുന്ന ഒരു വല്ലാത്ത ഫീലും.
അന്ന് ഭയങ്കര മഴയായിരുന്നു അന്നു അവൾ
അച്ഛന്റെ കാറുമെടുത്ത് പ്രണയം
കൊതിപ്പിക്കുന്ന പാട്ടും ഇട്ട് അവനെ കാണാൻ
യാത്രയായി ....
സമയം 9 ആയപ്പോൾ അവൾ കൊതിയോടെ
എഫ് എം 98.1 ട്യൂൺ ചെയ്തു

" ഇത് നിങ്ങളുടെ സ്വന്തം RJ നവിയാണ് പണ്ട്
മഞ്ഞുരുകുന്ന കാലത്ത് അവളുടെ കൈയ്യും
പിടിച്ചു നടക്കുമ്പോൾ ഹൃദയത്തിൽ നല്ല
കുളിരുള്ള ഓർമ്മകൾ ആയിരുന്നു ഒന്നു ഏതോ
ഒരു മഞ്ഞുകാലത്ത് അത് അവൾ എൻറെ
കയ്യിൽ വിട്ടുപോയപ്പോൾ പിന്നെ വരുന്ന ഓരോ
മഞ്ഞുകാലവും ഓർമ്മകൾ മാത്രമായി
നിങ്ങളുടെ ജീവിതത്തിലും കാണാം ഇങ്ങനെ
ഓർമ്മകൾ ഓർമ്മകളുടെ നമുക്ക് ഒരുമിച്ച്
യാത്ര ചെയ്യാൻ RJ നവിയുടെ കൂടെ ....എന്ന്
നമുക്ക് ഒരു പാട്ട് കേൾക്കാം മറന്നിട്ടുമെന്തിനോ
മനസ്സിൽ തുളുമ്പുന്നു"
അവൾക്ക് പാട്ട് കേട്ടപ്പോൾ അതുവരെ
കേൾക്കാത്ത ഒരു ഫീൽ ആയിരുന്നു.
അവനെയും കേട്ട് അവൾ fm സ്റ്റുഡിയോയിൽ
എത്തിയത് അറിഞ്ഞില്ല.
" പ്രണയം ഇല്ലാത്തവർക്കും പ്രണയം
തുളുമ്പുന്ന വർക്കും പ്രണയം
ആഗ്രഹിക്കുന്നവർക്കും ഇനി എന്നെ കേൾക്കാം
കേട്ടു കൊണ്ടിരിക്കാം ഇത് നിങ്ങടെ അവളെ
സ്വന്തം RJ നവി signing off... "
അവൻ അവൻ അവളെ കാണാൻ ഞാൻ
ആകാംക്ഷയോടെ പുറത്തിറങ്ങി അവൾ
അവനെയും കാത്ത് കയ്യുംകെട്ടി അവിടെ
നിൽപ്പുണ്ടായിരുന്നു

ജീവിതത്തിലെ ഏറ്റവും വലിയ സ്വപ്നം നേടി
സ്റ്റുഡിയോയിൽ നിന്ന് പുറത്തിറങ്ങുമ്പോൾ
അവൻ ആദ്യമായി കാണുന്നത് അവളെയാണ്
കണ്ണും കണ്ണും ദൂരെനിന്ന് കഥകൾ പറഞ്ഞ് ആ
നിമിഷം
അവൻ അവളുടെ അരികിലേക്ക് നടന്നു വന്നു
അവൾ ആദ്യമായിട്ടാണ് ഒരു ചെക്കന്റെ
മുൻപിൽ ഇത്രയും നാണിച്ച് നിൽക്കുന്നത്.
അവൾ ഒരുപാട് വിയർക്കുന്നുണ്ട് അവൻ
പോക്കറ്റിൽ നിന്ന് ഒരു കർച്ചീഫ് എടുത്തു
അവൾക്കു കൊടുത്തു
അവൻ മെല്ലെ ചോദിച്ചു എന്താ മാഷേ ഇപ്പൊ
ഒന്നും പറയാനില്ല
അവൻ പറഞ്ഞു" വാ നമുക്ക് ഒരു ചായ
കുടിച്ചിട്ട് വരാം"
അന്ന് പുറത്ത് നല്ല ചാറ്റൽ മഴ ഉണ്ടായിരുന്നു
അവൻ ഒരു കുട ചൂടി അവളെ മഴ
കൊള്ളിക്കാതെ തന്റെ കാറിൽ കയറ്റി ഇരുത്തി
പുറത്ത് നല്ല ചാറ്റൽ മഴയും ഉള്ളിൽ
ജോൺസൺ മാഷിന്റെ നല്ല റൊമാൻറിക്
മെലഡിയുമായി അവർ യാത്ര തുടർന്നു അവർ
തമ്മിൽ ഒന്നും മിണ്ടുന്നില്ല പക്ഷേ
ഇടയ്ക്കെപ്പോഴോ അവൾ അവൻറെ
കണ്ണുകളിലേക്ക് നോക്കുന്നുണ്ടായിരുന്നു ഒരു
കുന്നിൻചെരുവിലെ ചായക്കട എത്തിയപ്പോൾ

അവൻ കാർ നിർത്തി രണ്ട് ചൂടുചായ പറഞ്ഞു

ചൂടുള്ള ചായ ആസ്വദിച്ചു കുടിക്കുമ്പോൾ
അവരുടെ ഇളംചുണ്ടുകൾ തമ്മിൽ കഥകൾ
പറയുന്നുണ്ടായിരുന്നു കുന്നിൻചെരുവിലെ
ആകാശം നോക്കി രണ്ടുപേരും ഇരിക്കുമ്പോൾ
അവൾ എല്ലാ ധൈര്യവും സംഭരിച്ച് പറഞ്ഞു
തുടങ്ങി എടാ മാഷേ നിങ്ങളൊരു ആർജെ
ആവാം റൈറ്റർ ആവാം ഡയറക്ടർ ആവാം
നിങ്ങൾ പോകുന്ന ആ മനോഹരമായ വഴിയിൽ
എന്നെയും കൈപിടിച്ചു കൂടെ
കൊണ്ടുപോകുമോ ഇതുകേട്ട rj Navi ഒരു
ചെറു പുഞ്ചിരിയോടെ അവിടെനിന്ന് എണീറ്റ്
അവൾക്ക് ഒരു കൈ കൊടുത്തു
എന്നിട്ട് അവൻ മെല്ലെ പറഞ്ഞു......